शब्दसखी

शब्दसखी

तेजस्विनी एकनाथ गावंडे

Copyright © Tejsvini Ekhnaath Gaavnde
All Rights Reserved.

This book has been self-published with all reasonable efforts taken to make the material error-free by the author. No part of this book shall be used, reproduced in any manner whatsoever without written permission from the author, except in the case of brief quotations embodied in critical articles and reviews.

The Author of this book is solely responsible and liable for its content including but not limited to the views, representations, descriptions, statements, information, opinions and references ["Content"]. The Content of this book shall not constitute or be construed or deemed to reflect the opinion or expression of the Publisher or Editor. Neither the Publisher nor Editor endorse or approve the Content of this book or guarantee the reliability, accuracy or completeness of the Content published herein and do not make any representations or warranties of any kind, express or implied, including but not limited to the implied warranties of merchantability, fitness for a particular purpose. The Publisher and Editor shall not be liable whatsoever for any errors, omissions, whether such errors or omissions result from negligence, accident, or any other cause or claims for loss or damages of any kind, including without limitation, indirect or consequential loss or damage arising out of use, inability to use, or about the reliability, accuracy or sufficiency of the information contained in this book.

Made with ♥ on the Notion Press Platform
www.notionpress.com

कविता , लिखाण सगळ्यांचा अगदी जिव्हाळ्याचा विषय असतो . एका हातात चहा किंवा कॉफी आणि दुसऱ्या हातात आपल आवडत पुस्तक वाचतानाचा आनंद हा काही वेगळाच असतो . आपल्या मनात चालू असलेल्या भावंनाचा खेळ जेव्हा कोणालाही सांगू शकत नाही तेव्हा कागद, पेन ,आणि शब्द हेच आपले व्यक्त होण्याचे साधन बनत असत आणि ते लिखाण वेगवेगळ्या रूपात समोर येत असत

कविता कधी ठरवून बनतच नाही ती नकळत बनते
कस सुचत ,कस बनत ते हे गुपित अजूनही उलघडता येत नाही
पण जे आहे ते खरच खूप चांगल आहे
आनंद देऊन जात
कधी दु:ख कवेत घेत

कविता सोबतचा प्रवास नकळत वयातच म्हणजे शाळेत असतानाच सुरू झाला आणि जस सुचेल तस लिहायच हेच दिसत गेल आता जरा जस जमेल तस थोडस का असेना पण लिहायच आयुष्यात आलेल अनुभव माणसाला खूप काही शिकवून जातात .जेव्हा भावनांचा बांध फुटतो तेव्हा आयुष्यच कधी शब्दात मांडल जात
Family म्हणजे पूर्ण आपल जग असत आणि ते जर सोबत असतील त्याचा पाठिंबा असेल तर संकटाना न घाबरता समोर जाता येत तसच माझ्या कुंटुंबाचा ,अगदी कमी दिवसात बनलेल एक सुंदर नात असलेल्या माझ्या दोन्ही ताईमुळे माझ्या मित्रमैत्रिणीच्या पाठिंब्यामुळे आज मी स्वतःच स्वप्न जगू

पाहतेय

ह्या प्रवासात माझ्या खास मैत्रिणींचा खूप मोठा वाटा आहे माझ्यापेक्षा ह्याच माझ्या कविताच्या प्रेमात होत्या वाटत जेव्हा त्यांना कळाल तर खूप आवडल प्रत्येक क्षणाला त्या सर्पोर्ट करत गेल्या तिच मत असायच तू इतक छान लिहितेस तरी ते लपवून ठेवतेस जरा स्वतःचही कौतूक करून घेत जा अशीच प्रगती करत राहा एक दिवस सर्व जग तूझ्या कविता वाचेल असे शब्दरूपी त्या मला प्रोत्साहन देत गेल्या या आभासी जगात माझी कायम साथ सोबत देणारे माझे जिवलग मित्रमैत्रिणीमुळे आज इथपर्यंत पोहोचले अजून खूप काही करायचय त्या प्रत्येक क्षणी ते सगळे नेहमी सोबत असतील याची खात्री आहे मला कधी एकट नाही पडू देणार ते येतील सावरायला कारण जिवलग खूप कमी जणांना मिळतात.

माझ्या ह्या काव्यसंग्रह पूर्ण करण्यासाठी माझ्या कुंटुंबाचा,माझ्या जिवलग मैत्रिणी ,माझा जिवलग मित्र माझ्या दोन्ही ताई R' मनस्पर्श पब्लिकेशच्या रोहिणी दत्तात्रय डाके (आदलिंगे) मॅडम याचे आणि माझे स्वप्न पूर्ण करण्यासाठी ज्यांचे कळत, नकळत मला सहकार्य लाभलेल्या प्रत्येक जणांचे मी मनापासून आभार मानते कारण तूमच्यामुळे हे स्वप्न पूर्ण होऊ शकले

कविता म्हणजे सर्वांचा जिव्हाळ्याचा विषय असतो . वाचक म्हणून आपण पुस्तक , कविता वाचताना आपण त्यात हरवून जातो. आपण ते शब्द जगतो असच काहीस तुम्हाला हे पुस्तक वाचताना नक्की वाटेल अशी आशा करते तुम्ही या पुस्तकाला

भरभरून प्रेम द्याल यात काही शंका नाही शेवटी एवढेच सांगते मनापासून लिहिलय तूमच्या मनापर्यंत नक्कीच पोहचेल .

धन्यवाद .....!

- तेजस्विनी एकनाथ गावंडे

अनुक्रमणिका

प्रस्तावना	ix
ऋणनिर्देश, पावती	xi
नांदी, प्रस्तावना	xiii
1. पाहता तुला क्षणी	1
2. प्रिय सखे	2
3. झ सुद्धा असण जपत जा	3
4. आई	4
5. बाबा	5
6. स्वप्न वर्दीच	6
7. जगण म्हणजे काय ?	8
8. महाराज	9
9. माझ अस्तित्व !	10
10. तूझी आठवण	11
11. मैत्री	12
12. प्रेम कल्पना की वास्तव	13
13. प्रेम	14
14. अध्याय 14	15
15. बावऱ्या मना	17
16. विचारांच्या गर्दीत	18
17. तिच हसण	19
18. लहानपणीची मैत्रीण	20
19. ध्येय	21

अनुक्रमणिका

20. आपली यारी	22
21. एक मैत्री अशीही कधीही न उलघडणारी	23
22. शाळा	24
23. आपल्याला न समजणारी ती	25
24. चालताना नेहमी सोबत तिची	26
25. श्वास तू	27
26. मैत्रीच नात	28
27. खास मैत्रिण	30
28. जाऊ नकोस ना रे आता	32
29. तू मी आणि तो पहिला पाऊस	33
30. तिच लग्न आणि मी	35
31. माझ लग्न आणि तो	37
32. ऐक ना रे	39
33. तूला सुध्दा कळायला हव	40
34. एकांत आणि माझ मन	41

प्रस्तावना

शब्दांची सखी म्हणजेच शब्दसखी

हा काव्यसंग्रह माझ्या काही निवडक कवितेचा संग्रह आहे . माझ हे पुस्तक प्रकाशन करताना मला खूप आनंद होत आहे . माझे शब्द , माझे मन ,माझे अनुभव आणि काही काल्पनिक गोष्टी मधून कविता मांडायचा मी प्रयत्न केला आहे . सरळ आणि साध्या शब्दात मांडलेल्या आहेत

कविता म्हणजे सर्वांचा जिव्हाळ्याचा विषय असतो . पुस्तक , कविता वाचताना आपण त्यात हरवून जातो. आपण ते शब्द जगतो असच काहीस तुम्हाला हे पुस्तक वाचताना नक्की वाटेल अशी आशा करते तुम्ही या पुस्तकाला भरभरून प्रेम द्याल यात काही शंका नाही शेवटी एवढेच सांगते मनापासून लिहिलय तूमच्या मनापर्यंत नक्कीच पोहचेल .

पुस्तक म्हणजे पुस्तक नसत तर
ते लेखकांसाठी एक स्वप्न असत
हेच स्वप्न पुर्ण करण्यासाठी ज्यांचे सहकार्य लाभले अशा R मनस्पर्श पब्लिकेशनच्या रो हिणी दत्तात्रय डाके (आदलिंगे) मॅडम याचे मी मनापासून आभार मानते .
    धन्यवाद !

ऋणनिर्देश, पावती

माझा शब्दसखी हा काव्यसंग्रह तुमच्या सर्वांच्या भेटीला आणताना खरच खूप आनंद होत आहे . शब्दसखी ह्या काव्यसंग्रहात माझ्या काही अनूभवातल्या , काही जगण्यातल्या , काही आपल्या सर्वांचा जिव्हाळ्याच्या असलेल्या विषयावर ह्या कविता आहेत . तूम्हाला जवळचेच वाटतील अशा शब्दात ह्या कविता प्रकाशित करत आहोत

नांदी, प्रस्तावना

मी तेजस्विनी एकनाथ गावंडे
ठिकाण - नाशिक

या प्रवासाला सुरुवात ही शाळेत असतानाच झाली जस जस कळत गेल तस लिखाण सुचत गेल . काही कविता या काल्पनिक तर काही अनुभवातल्या तर काही आपल्या सगळ्यांचा जिव्हाळ्याच्या विषयावर आधारित या पुस्तकात कविता आहेत . तुम्ही पुस्तक वाचताना त्यात हरवून जाणार आणि ते शब्द तुम्हाला जवळचे वाटतील तुम्ही ते शब्द जगाल
अशी खात्री आहे .
मनापासून लिहिलय तूमच्या मनापर्यंत नक्की पोहचेल .
हे काव्यसंग्रह प्रकाशित करणारे मनस्पर्श पब्लिकेशनच्या रोहिणी

दत्तात्रय डाके (आदलिंगे) मॅडम याचे मी मनापासून आभार मानते . माझे कुटुंब ,ताई, मित्रमैत्रिणी, माझा खास मित्र , माझी खास मैत्रिण यांच्या सर्वांच्या पाठिंब्यामुळे हे शक्य झाले. जे कळत - नकळत माझ्या या प्रवासात सोबत ज्यांनी माझी सोबत केली त्याचे मी मनापासून आभार मानते .

1. पाहता तुला क्षणी

पाहता तुला क्षणी भान ही हरपत
दुःख संकटे असले तरी त्यांचा विसर ही पडत
तु घरी जरी आलास काय आणि
घराजवळच्या मंडपात असला काय
उत्साह मात्र तोच असतो
थोड्याच दिवस असतोस तरी
आमच्या जवळचा खास बाप्पा बनून जातोस
तु सोबत असतानाचा क्षण कधी ही
न संपणारा असावा
प्रत्येक क्षणाला तूच जवळचा भासावा
येताना मात्र तू सर्वांच्या चेहऱ्यावर हसू घेऊन येतोस
मग इतक्या लवकर मनात घर करून का रे जातोस
वाजत गाजत तुला आणताना
प्रत्येक चेहऱ्यावर समाधान घेऊन येतो
निरोप द्यायच्या वेळेस का रडवून जातोस
पुढच्या वर्षी लवकर येईल म्हणत
पुन्हा तू येणार ह्या दिवसाची जाणिव करून देतोस
- तेजू

2. प्रिय सखे

प्रिय सखे ,
इतक सहन केलस तू
अजून पण सहनच करतेस तू
पण तू ना
अजुन थोडा धीर धर
स्वतःच्या मनांचा थोडा आता तरी विचार कर
अजून स्वतःसाठी वेळ दे
तू तूझ मन काहीतरी नवीन अजून शिकत राहू दे
तू चालत असलेल्या तूझ्या स्वप्नांच्या दिशेला
सुध्दा असाच लवकर तूझ्या यशांचा बहर येत राहिल
तूला हव ते सर्व तू केलेल्या मेहनतीने तूझ्या
स्वप्नांना साद घालत राहिल
- तेजू

3. झ सुद्धा असण जपत जा

जस दुसऱ्यांना जपतेस ना
तसच स्वतःला पण जपत जा
छोट्या छोट्या गोष्टीत पण
समाधान शोधतेस
तसच तू खुश आहेस ना
ह्याच पण उत्तर शोधत जा
दुःख असून पण न असल्यासारख करतेस
प्रत्येक गोष्ट हसत हसत सामोरी जातेस
ह्या सर्व धावपळीत पण थोडासा वेळ
स्वतःसाठी पण काढत जा
तुझ असण , तुझ अस्तित्व
तुझ स्वप्न , तुझ मन
पण जरा जपत जा
जस दुसऱ्यांना जपतेस ना
तसच स्वतःला पण जपत जा
-
तेजू

4. आई

Mom , मम्मी , आई तूला
यातल काहीही म्हटल तरी
तू जिव तितकाच लावतेस
बोलण्याआधीच तूला कळत सर्व
माझ्या मनातल
हे गणित तू अचूक कस जमवतेस
वेळप्रसंगी कधी कठोर कधी सौम्य होतेस
लाड पण तेवढच करतेस
कधी दादाला तर कधी मला बाबांच्या
तावडीतून वाचवत असतेस
- तेजू

5. बाबा

बाबा तूम्हीचा तू कधी झाला कळालच नाहीस रे
माझा लाड करणारा माझा बाबा
इतकच समीकरण तूझ माझ्यासमोर असायच रे
पण ते लाड पुरवता पुरवता ते तूझ्या नाकी नऊ यायचे
हे आता कळायला लागले
मला वेळेवर न भेटणारा बाबा
का भेटत नव्हता यांच कारण तेव्हा कळाल
जेव्हा मी कामात व्यस्त होत गेले
इतक्या कमी पैशात कसा चालवलास रे सर्व खर्च
मला तर जास्त पैशात सुद्धा ते जमले नाही
सगळ्यांना कपडे घेऊन द्यायचास सणाला
पण तू कधी काही स्वतःसाठी घेतलस नाही
असा कसा रे तू बाबा स्वतःच स्वप्न विसरून
आमची स्वप्न पूर्ण करण्यासाठी जगत होतास
बाबा तू आमच्यासाठी तूझी स्वप्न सोडलीस
तू तूझी स्वप्न आमच्यात पूर्ण होताना नक्की
बघशील बाबा, तू तूझ जगण परत नव्याने जगशील

6. स्वप्न वर्दीच

स्वप्नाच्या पलीकडे पाहिलेल
एक स्वप्न वर्दीच
वर्दी घालून लोकांची
सेवा करण्याच स्वप्न
वर्दी म्हणजे ध्यास
वर्दी मिळवण्याच ध्यैर्य
वर्दी मिळवण्यासाठी केलेले
त्या कष्टाच
तिच्यासाठी मेहनत करण्याच
रात्रदिवस अभ्यास करुन
एक दिवस
ती वर्दी फक्त माझी
ह्या प्रयत्नांच्या जिद्दीच
रोज रोज पराभव वाट्याला येऊन
पण नव्या जोमाने नव्या तयारीसाठी
सज्ज असण्याच
चुकत चुकत शिकण्याच
प्रयत्नाला हिंमतीची जोड देण्याच
एक ना एक दिवस
स्वप्नाला गवसणी घालण्याच
यश मिळवून वर्दीच
स्वप्न पूर्ण करण्याच
संकटावर मात करुन रोज

नवीन गोष्ट शिकण्याच
वर्दी मिळवून देशासाठी
सेवा करण्याच
स्वप्नाच्या पलीकडे पाहिलेल
एक स्वप्न वर्दीच
- तेजू

7. जगण म्हणजे काय ?

जगण म्हणजे काय
स्वतःला विसरून दुसऱ्यासाठी जगण
जगण म्हणजे काय
दुसऱ्याच्या चेहऱ्यावरच आनंदाच कारण बनण
जगण म्हणजे काय
जबाबदारी अंगावर पडली की कसलीही तक्रार न करता
दुसऱ्याचे स्वप्न पूर्ण करण्यासाठी झटण
जगण म्हणजे काय
आपल्या माणसांसाठी जगण
जगण म्हणजे काय
आपल्याला घालून दिलेल्या चौकटीपूरत न जगता
आपल स्वप्न जगण
जगण म्हणजे काय
एखाद्यावर डोळे झाकून टाकलेला विश्वास
जेव्हा सार्थकी ठरण
जगण म्हणजे काय
आपण टाकलेल पाऊल मागे ओढणारे आपलेच हात असण
तेव्हा फक्त त्यांना बोलून नाही तर यश मिळवून
त्यांनी केलेल्या प्रश्नांच आपण आपोआपच उत्तर देण

- तेजू

8. महाराज

महाराज तुमच्याबद्दल लिहिताना
मी आणि माझे शब्दही तुमच्यापुढे आदरांनी झुकतात
तुम्ही जे केल आमच्यासाठी रयतेसाठी
त्यापुढे कितीही आभार मानले तरी ते कमीच वाटतात
महाराज तूम्ही कधी स्वतःसाठी जगलाच नाहीत
तुम्ही फक्त जगलात रयतेसाठी स्वातंत्र्याच्या स्वप्नासाठी
जिंकण्यासोबत हारण सुध्दा आल नशिबी
तरी कधी तुम्ही निराश नाही झालात
मरेपर्यंत लढलात तुम्ही राजे आमच्यासाठी
तुमचा इतिहास वाचताना डोळ्यासमोर
तुमची आभासी छटा उभी राहते
वाचताना शहारे येतात अंगावर पण
मनातून एकच वाटते आमचे राजे, आमचे महाराज
प्रत्यक्ष त्याप्रसंगी किती हिंमतीने लढले होते
महाराज तूमच्यामुळे गडकिल्ले याच दर्शन घडतय
ते जपण्याचा प्रयत्न नक्कीच आम्ही करू
तुमचा इतिहासातील सोनेरी पर्व पिढ्यानपिढ्या
पोहचत राहावा अस काहितरी नक्की करू
महाराज , राजे तुम्हाला मानांचा मुजरा
तुमची जेव्हा जेव्हा आठवण येईल
तेव्हा ही नजर तुमच्यासाठी आदरांनी झुकत राहिल

9. माझ अस्तित्व !

माझ अस्तित्व जणू पिंजऱ्यात कैद
असलेल्या पक्षासारख असत
स्वतःलाच स्वतःच्या अस्तित्वासाठी
लढाव लागत
आपलीच माणस आपल्यापासून आपली
स्वप्न हिरावून घेतात
प्रयत्न करण्याआधी तूला हे जमणारच नाही
अस ते स्वतःच ठरवतात
कधीतरी गरुडासारख उंच झेप घेऊ म्हणते
मी झेप घेण्याआधीच माझे पंख छाटले जातात
स्वतःच अस्तित्व सिध्द करण्याच्या यांच्यात
माझ अस्तित्व मात्र माझ्यापासून हिरावल जात
येईल आशेचा किरणही माझ्या आयुष्यात
जिथे माझ स्वप्न , माझ अस्तित्व
मी स्वःत निर्माण करेन
जिथे संशयाने असलेल्या नजरा
एकदिवस आदरानी सुध्दा झुकतील
आकाशी झेप घेऊन मुक्त असलेल्या पक्षी सारख सुटकेचा
निःश्वास घेईल

- तेजू

10. तूझी आठवण

हल्ली कुणास ठावूक का
तूझी आठवण जरा जास्तच येते
तूझ्या आठवणीत रमताना मी
माझीच हरवते
तूझी आठवण काढून तूझ्या जवळ
येण्याच प्रयत्न करत असते
तूला आठवण्यासाठी मात्र रोज
बहाणे मी शोधत असते
कधी नकळत तू जीवनाचा
भाग बनून जातोस
माझ्या आठवणीत मात्र तू कायम
खास बनून जातोस

11. मैत्री

मैत्री ही आपली कधी ही न संपणारी
रोज नव्याने उलघडत जाणारी
पुस्तकासारखी जशी वाचावी
त्यात आपले मैत्रीचे किस्से
वाचतच राहावी
फुलांसारखा मैत्रीचा सुगंध
नेहमी जसा दरवळत राहावा
अंतर पडावे न कधी आपल्या नात्यात
जवळ असो आपण कधी दूर असो
नात्यात नव्याने आपण अजून तो रंग भरावा
आठवण तूझी काढताना समोर ती
आपली मैत्री दिसावी
तूटता तुटू नये अशी आपली मैत्री ही
कायम आपल्या सोबत राहावी

12. प्रेम कल्पना की वास्तव

जिथे प्रेम आहे तिथे कल्पनाही आलीच
पण ज्या प्रेमामध्ये त्याला किंवा तिला
जास्त काही नको असते
फक्त आपल्या आवडत्या व्यक्ती कडून आपल्यासाठी
असणारा आदर आणि प्रेमाचे दोन शब्द
पण सध्या आपण कितीही कल्पनेतून
साकारलेली प्रेमाची चांगली व्याख्या
ही आताच्या वास्तव जगापेक्षा खूप वेगळी आहे
ज्याला आपण प्रेम समजतो ते
कुठेतरी आकर्षणाच भाग बनून जातो
प्रेम करणारी चांगली माणसही असतात आयुष्यात
पण आपल प्रेम जिथे नाकारल जात
तिथे कोणाला जाळल जात तर कुणाचे तुकडे केले जातात
या सगळ्यात प्रेम कल्पना की वास्तव
या दोन्ही गोष्टींचा विचार करण्यास
आपल मन भाग पाडत

13. प्रेम

माझ तूझ्यावरच प्रेम जणू
न थांबणारा श्वास जसा
प्रेमात पडून मी तूझ्या
विसरते हा जग सारा
कारण लागत नाही कोणतच
तूझ्यावर प्रेम करण्याच
तूझा गोड स्वभावच जिंकून घेतो मला
तूझ्यासोबत माझ आयुष्य काढायला
आपली दोघांची जोडी खरच खूप छान दिसेल
तू फक्त माझा हो मी फक्त तूझीच बनून राहेल

अध्याय 14

कॉलेजच्या त्या पहिल्या दिवशी जिथे
काही ओळखीचे असलेले चेहरे ,
काही अनोळखी चेहरे ओळखीचे होतात
कॉलेजच्या Campus मध्ये केलेली मस्ती
किंवा एखाद लेक्चर Off असण
याचा शब्दात न मांडता येणारा आनंद
अचानक बनलेले बाहेर जायचे plans
जिवाला जीव देणारा मित्र किंवा मैत्रिण
तुमच्या ग्रुपची पूर्ण कॉलेजमध्ये असलेली चर्चा
जेवणाचे डबे खाताना रंगलेल्या तुमच्या गप्पा
एखादा रंगत आलेला विषय चालू असतानाच
next lecture ची वाजलेली बेल
लेक्चर मध्ये लेट होण आणि लेट होण्याच
कारण तूमच्या मित्रावर ढकलून देण
शिक्षकांशी असलेला Bond आणि
आपला Backbone असलेला
आपला तो Best friend
आपण खूप enjoy करायच हं
काय माहित ह्यानंतर आपण सोबत असू की नसू
कोण कुठे तर कोण कुठे
कोण जॉब करतय कोण संसाराचा गाढा ओढतय
हा पण आपण सर्वांनी एकत्र राहायच हं
आपली मैत्री कधीही तूटली नाही पाहिजे

अस Promise हक्काने आपल्या मित्राकडून घेणारी
आपली ती Gang
खरच कॉलेज लाईफ भारी आहे यार
न संपणारे किस्से कित्येक आठवणी
देऊन जात ते आपल्याला
नविन अर्थ देत ते जगण्याला

15. बावऱ्या मना

माझ्या या बावऱ्या मनाला कस समजवाव
वादळासारख त्याच नको तिथे अस पळत राहाव
कितीही थांबाव म्हणते त्याला तरी ते तूझ्यातच गुंतते
बावऱ्या मनाच गणित हे कस
तूझ्या नकळत मी तूझ्यातच रमते
तूझ्यात हरवून मी मलाच नव्याने उमजते
तूला समोर बघण झाल की माझी कळी खुलते
बावरे मन हे कसे थांबेल आता तूच सांग ना
माझ्या बावऱ्या मनाला तूच आता शांत कर ना

तूला कधीतरी मी न सांगता सुध्दा कळेल ना
माझ्या वेड्या मनाला तूझी साद देशील ना
बावऱ्या मनाच गुपित हे तूझ्यानेच खुलेल
तूझ्या सोबतीने हे मन सगळे वादळ झेलेल

तूझ्या सोबतीने जगते मी
तूझ्या नकळत तूझ्यात हरवते मी

बावऱ्या मनाला जरा थांबवते मी
गमवायच नाही मला तूला म्हणून ह्या भीतीने
तूझ्यापासून तू वाचणाऱ्या डोळ्यांना लपवते मी

16. विचारांच्या गर्दीत

विचारांच्या गर्दीत सुध्दा मन मात्र अस्थिर असत
कुठे धावाव आणि कुठे वाहाव हेच मात्र कळत नसत
अडचणीचा तर महापूरच चालू असतो
रात्रीची झोप उडते आणि दिवस स्वस्थ बसू देत नसतो
पावसासारख बरसण हे फक्त आठवणीना जमत असत
आपल्या माणसाचा सहवास कमी आणि मन त्यांच्यात गूंतत असत
मनातल ओझ कमी करण्याच हक्काची जागा हवी असते
आवडत्या व्यक्तीची सोबत प्रत्येक क्षणाला जाणवत असते
मनातल्या विचारांना शांत करणारी तिच व्यक्ती असते
तिच व्यक्ती आपला वेडेपणा कसलीही तक्रार न करता सहन करत असते

आपल्याला जपणार माणूस आयुष्यात असली तर कसलीच काळजी वाटत नाही
हक्काची व्यक्ती आयुष्यात असली की कोणत्याच गोष्टीची गरज उरत नाही
- तेजू

17. तिच हसण

तिच हसण बघून मी मात्र
तिच्या रोज प्रेमात पडायचो
तिला मी मात्र दूरून का होईना
पण रोज चोरून बघायचो
ती समोर दिसली की
मला काहीच सुचत नसायच
तिच्या समोर माझ स्वतःच
हसु करुन घेत राहायच
ती मात्र मला पाहून रोज
गालात हसायची
तिला सुध्दा थोडीफार प्रेमाची चाहूल
लागली असावी
तिच्या प्रेमात पडायच कारण
तिच हसण झाल असाव
तिच सुध्दा मन मला बघून
लाजत असाव

18. लहानपणीची मैत्रीण

लहानपणीची मैत्रीण आता पण तुमच्यासोबत असण
बालपण आणि बालपणातल्या आठवणी
आता पण जगत राहण
नात्यामधला कधी राग, भांडण सोबत
मिळून केलेल्या खोड्या
त्या आठवून आलेल हसू चेहऱ्यावर आणतो
ह्यापेक्षा दुसरा सुखाचा क्षण काय असू शकतो
जेव्हा तुमची मैत्री आजपण आधीसारखीच असते
तुमच्या मैत्रीचे किस्से आज
पण त्या मैफिलीत रंगत आणते

19. ध्येय

ध्येय माझ तू ठरलेलच आहे
तूला मिळवण जरा अवघड आहे
पण ते तितकच सोप्प पण आहे
तूला मिळवण्यासाठी तूला पाहिजे
तेवढे कष्ट ,मेहनत मी घेईल
एक ना एक दिवस तू माझ ध्येय
माझ यश बनून माझ्याही तू आयुष्यात येईल
तूला मिळवताना तूझ्यासोबत घडताना
दुःखाचा मेहनतीची ही जाणिव ठेवेल
तू यश बनून पदरात पडलास म्हणून
सुखात केलेल्या कष्टाची मनाला
विसर पडणार नाही याची सुध्दा काळजी घेईल

20. आपली यारी

आपली यारी नसेल इतरांसारखी कदाचित
पण कोणाला कधीही न कळणार आपल हे नात आहे
मैत्रिचे किस्से रंगवणारी मैफिलीत ही आपली यारी आहे
दूर राहून मैत्री अजूनही टिकवण हीच
आपल्या ग्रुपची खासियत आहे
रडवून हसवणारी आपली ही जिगरी गॅग आहे
हसवून रडवणारी ही पागल आपली यारी आहे
संकटात मदतीला धावून येणारी आपली मैत्री
शोधूनही सापडणार नाही असे
जिवलग आपले सोबती आहे

21. एक मैत्री अशीही कधीही न उलघडणारी

मैत्री सहज कोणाशी नाही नात बनत
पण जेव्हा ते बनत ते कधीच तूटू नये
यासाठी आपल मन प्रयत्न करत
जवळची वाटणारी ती मैत्री
कधी नकोशी होते तेच मात्र कळत नाही
जिथे आपण खास असायचो
ती जागा फक्त आता Formality साठी उरते
कितीही भांडण झाल तरी नंतर गोड बोलून वाद मिटले जायचे
आता मात्र एक कारणच पुरेस होत मैत्री तुटण्यासाठी
ज्याच्या सोबत असण्याने अर्धी लढाई
आधीच जिंकली जायची
आता आयुष्यात जिंकून ही त्याच्या नसण्याने
आयुष्यच हरुन जाते
किती प्रयत्न केले दूर जाऊ नये आमची मैत्री म्हणून
तिथे पण हरले मी फक्त त्याच्या आनंदासाठी
काय कारण होत का दूर गेलो आम्ही
यांच उत्तर अजूनही सापडत नाही
कितीही झाल तरी त्यांची आणि त्यांच्या
मैत्रिची जागा कधीच कोणी घेऊ शकत नाही

22. शाळा

आयुष्यामध्ये कितीही मोठे झालात ना तरी
शाळेत केलेली मस्ती क्लासमध्ये असलेला दंगा
ग्राऊंडवर असल्यावर खेळाची आवड
शिक्षकांशी असलेल बॉडिंग आणि
मैत्रीत नकळत झालेली ओळख
आयुष्यभर ओळखीचे झालेले मैत्रीचं नात आणि
शाळेची आठवण येताच मनातून फक्त एकच वाक्य येत
अरे यार या गोष्टी शाळेत जाऊन परत लहान होऊन
अनुभवता आल असत तर किती चांगल झाल असत ना अस
आपल्या मनाला नेहमीच वाटत राहत

23. आपल्याला न समजणारी ती

आपण म्हणतो ती स्वातंत्र आहे
ती तिचे निर्णय घेऊ शकते
तिला हव ते ती करू शकते
ती तिला हव तस ती जगू शकते
पण कुठेतरी ती आज पण बंधनातच असते
कारण आपण तिला तूला हव तस जग
मी तूझ्यासोबत आहेच अस म्हणतो
तिने तिला जे हव ते कराव
त्यासाठी प्रयत्न कुठे करतो
तिची साथ द्यायची सोडून
आपण तिच स्वप्नच तिच्यापासून दूर करतो
तिला फक्त आपण न दिसणाऱ्या बेडीत
कैद करत राहतो
तिला पण थोडस तिला हव तस जगू द्या
तिला 'ती' च असण जपत राहू द्या
तिला जास्त काही नको असते तुमच्याकडून प्रेमाचे दोन शब्द
आणि समजून घेणारा
समजून सांगणारा तिच हक्काच माणूस
तुमच्यात ती शोधत असते

24. चालताना नेहमी सोबत तिची

कुठे पाय अडखळला तर ते
चुकीच आहे हे सांगणारी
क्लासला जाताना नकळत होणारा व्यायाम
जाता जाता बोलता बोलता अंतर कस
लवकर जायच कळायचच नाही
क्लासला जाताना रस्त्यात माझी रिव्हिजन घेणारी
अभ्यास कसा चालू आहे नीट करतेस ना
अभ्यासात असो किंवा कोणत्या पण
गोष्टींत मदत करणारी ती
डान्स किंवा सिगिंग प्रत्येक बाबतीत
हुशार असणारी ती
मला समजून घेणारी समजून सांगणारी
नको जाऊस ना इथेच थांब ना
अस सांगणारी ती
संकटात असताना घाबरु नको
मी आहे ना अस म्हणणारी ती
प्रत्येक गोष्टीत तिची अशी
मोलाची असलेली साथ

25. श्वास तू

तू माझा श्वास आहे
तू माझा ध्यास आहे
हृदयाच्या प्रत्येक ठिकाणी
जागा मात्र तूझीच आहे
जीवनाचा खरा अर्थ
तूझ्यामुळे साध्य झाला आहे
वेळ कशी ही असो प्रत्येक वेळेस
साथ मात्र नेहमी तूझीच आहे
चेहऱ्यावर हास्य माझ्या
फक्त तूझ्यामूळे टिकून आहे
रडत असताना हसवायची
नवीन कल्पना फक्त तूझीच असते
रागवल्यावर रुसवा कसा घालवायचा
हे फक्त तूलाच जमते
स्वप्न तू आहे
जीवन तू आहे
श्वासाच्या क्षणात नाव
तूझ आहे
श्वासाच्या प्रत्येक कप्यात
नाव मात्र तूझच आहे
नाव मात्र तूझच आहे

26. मैत्रीच नात

मैत्रीच नात हे आपल
दिसत नसल तरी मनाने घट्ट असणार
तूझ माझी नकळत काळजी घेण
तूझ्या मनाच माझ्या मनाला ते सावरणार
न बोलताही नजरेन नजरेशी बोलण
काहीही न सांगता तूझ मनातल कळण
तू दाखवत नसलास तरी
तूझ ते आपल मैत्रीच नात जपण
आपली मैत्री अजून घट्ट होत जाण
तूझ्यासारखा जिवलग, सोबत , सोबती ,
मित्र , मितवा मला मात्र नशिबानेच मिळण
तूझ्यावरच माझ रागवण,चिडण,भांडण
ओरडण असत
तूझ्याशिवाय माझे नखरे सहन करणार
दूसर कोण रे असत
माझ्यासाठी नेहमी काहीही करायला तयार असतोस
तूला पण महत्त्वाची वाटते आपली मैत्री
याची नकळत जाणिव करून देतोस
दूर असलास तरी नेहमी जवळच असतोस तू
मैत्रीच नात किती छान जपतोस रे तू
कितीही वादळे आले आपल्या आयुष्यात
आपली मैत्री कधीच तुटणार नाही
तूझी खास जागा ही फक्त तूझीच राहिल

तेजस्विनी एकनाथ गावंडे

तूझी जागा कधीच कोणी घेऊ शकणार नाही

27. खास मैत्रिण

मला समजून घेतेस
माझा राग सहन करतेस
माझ्यावर प्रत्येकवेळी हक्क गाजवत असतेस
मुलीसोबत जरा दोन शब्द बोललो तर गाल फुगवून बसतेस
तूझा राग शांत करण्याच्या नादात मात्र माझा जिव खातेस
इतकी मोठी , समजूतदार , हुशार असलीस तरी
माझ्यासमोर लहान मुलीसारखी राहतेस
एखादी तूझी मैत्रीण दे ना ग पटवून अस बोललो
तर लगेच भाव खातेस
तूला नाही पटणारे ती असे टोमणे मारत राहतेस

मला काही झाल तर पूर्ण घर डोक्यावर घेतेस
प्रश्नांचा मात्र पाऊस पाडत असतेस

तूच कशी मला भेटलीस ग
दुसर कोणी मिळाल नव्हत का ग

किती ती तूझी बडबड
काय माहित माझ्या
कानाने कधी शांत आवाज ऐकला होता

खर सांगू मी कधी बोलून नाही दाखवत
पण माकडा तू आल्यापासून जगणच बदलून गेल

जगण म्हणजे काय हे तुझ्या असण्यानेच कळत गेल
तू जर शांत झालीस तर कल्पनाही करू शकत नाही
कारण जग धावायच बंद झाल्यावर जगण्याला अर्थ राहणार नाही
तूझ्यासारखी नखरे करणारी , माझ्याशी भांडणारी
वेडी मैत्रिण मला शोधूनही सापडणार नाही
तू आयुष्यात असताना दुसऱ्या मैत्रीची कधी गरजही पडणार नाही
तू माझ्यासाठी खास आहेस आणि नेहमीच खास राहशील
तूझी जागा मला थोडी तू अशी कोणाला देऊ देशील
बोलत नसलो तरी तूझ माझ्या आयुष्यात असण खुप महत्त्वाच आहे
प्रत्येकवेळी माझ्याकडून ऐकण सोडून दे आता
मी न सांगता ही समजून घेत जा की माझ्यासाठी तू आणि आपली मैत्री खूप खास आहे

28. जाऊ नकोस ना रे आता

जाऊ नकोस ना रे आता
तरी जायची तू इतकी घाई का करावी
दूर तू जातोस तरी
आपली मैत्री जशी आहे तशीच राहावी
ठीक आहे आता जा
कारण तुझ्या वागण्यामागे
पण काहीतरी कारण असावे
तूझा पण तो निर्णय घेताना
तूझे मन हळवे झाले असावे

29. तू मी आणि तो पहिला पाऊस

आकाश दाटून आले होते
आपण भेटत असताना
त्याला सुध्दा वाटल असेल
आपल प्रेम पाहून बरसायला
आपल्या नात्याची जाणिव सुद्धा
तूझ्या आधी त्या बरसणाऱ्या सरीना झाली
आता तरी कळेल का वेडे तूला
माझ असण फक्त तूझ्यातच आहे
मला काय वाटत तूझ्याबद्दल हे कधी
माझ्या मनातून तुझ्यासमोर आलेच नाही
अजून पण वाटतय मनाला
की ते तू मी न सांगताच ओळखशील
का कुणास ठावूक कधी कधी
मलाच त्यांचा खूप राग येतो
काय आहे गं त्यांच्यात अस
तूला फक्त तोच आवडतो
तो येणार हे कळताच
तू मात्र वेडीपिसी होतेस
त्यांची चाहूल येताच तू
अगदी लहान होवून जातेस
तूला लहान होऊन भिजताना
हे वेड माझ मन मात्र पुन्हा

तूझ्या निरागसतेच्या प्रेमात पडते
का इतकी तू वेडी आहेस गं
तू वेडी त्या पावसाच्या प्रेमात
आणि मी तूझ्या

30. तिच लग्न आणि मी

प्रेम होत आमच एकमेंकावर
पण अचानक काही कळलच नाही
मिठाचा खडा पडावा तसा
छोट्याशा भांडणानी ती चिडून
मला सोडून जाईल अस कधी वाटलच नाही
खूप महिने सरून गेले वाटत
नव्हे एक वर्षच सरून गेल
तिच्या आठवणीत मात्र हे मन
नेहमी झूरत राहिल
अचानक घरी येऊन आज
दरवाजात ति उभी राहिली
काही कळायच्या आत तिच्या
लग्नाची पत्रिका हातात तिने ठेवली
लग्नाला नक्की ये अस ती बोलून
मला मात्र सांगून गेली
कस जमल असेल तिला
आमच नात विसरून पुढे आयुष्य जगायला
मला मात्र जमलच नाही कधी
तिची आठवण न काढता जगायला
तिच लग्न आणि मी या सगळ्यात
माझ मन भानावर राहिल नव्हत
कस शांत राहिल तरी मन माझ
जिच्यामुळे माझ जग बनल होत

ते जगच मला सोडून कायमच
जाणार हो

31. माझ लग्न आणि तो

प्रेम आमच होत एकमेंकावर
अजूनही आहेच रे
नाही पडला कधी मिठाचा खडा
आपल्यात रे
पण भांडण तर हा फक्त बहाणा होता रे
तूझ्यापासून लांब जावस वाटत नसल तरी जाण्याचा
दादाला सुगावा लागला होता आपल्या नात्याचा
त्याने सांगितल होत मी नाही काही करणार त्याला
जर तू त्याच्यासोबत दिसली नाहीस तर
तूझा जिव वाचावा म्हणून मला गप्प बसाव लागल
मनात तू असताना माझच मन मला माराव लागल
घरच्यांना कळताच त्यांनी लग्नाचा घाट घातला
मी खूप समजवल त्यांना पण माझ काहीच न ऐकण्याचा
निर्णयच घेतला
तूझ्याशी बोलण्याचा एकमेव साक्षीदार तो फोन होता
पण त्यांनी माझ बाहेर जाण , माझा फोनच काढून घेतला
होता
तूझ्याशी बोलण्यासाठी रोज प्रयत्न करत होते
पण सगळ्यांच प्रयत्नात यश मिळत नव्हते
तूला विसरण कधी शक्यच नाही रे
माझ जग सोबत नसताना माझ्या जगण्याला काही अर्थ
होता का रे
शरीराने घरात वावरत असली

तरी मनाने मात्र तूझ्यासोबतच होते
माझ्याच आयुष्याचा खेळ होताना
मी स्वतःने पाहिले होते
प्रेम एकावर आणि लग्न दुसऱ्यासोबत हे
मनाला कधीही न पटणार होत
काळजावर दगड ठेवून तूला निरोप देण खूप कठीण होत
पत्रिकाच्या निमित्ताने का असेना तूला पण भरून बघायच होत
कारण तूझ्या मिठीत मनमोकळे पणाने रडायच होत
चुक झाली माझी खरच हे सांगायच होत
चल ना रे कुठेतरी दूर निघून जाऊ हे सांगायच होत
तू चांगला असला यांतच माझ सुख होत
तूझ्या जिवासाठी माझ प्रेमाच बलिदान देण गरजेच होत
जमलच तर माफ कर रे मला
या खेळात मीच अडकले होते
मी तर फक्त एक भातूकली होते रे
म्हणून तर मला ते खेळवत होते

32. ऐक ना रे

तू खरच खूप Strong आहे
जरी दाखवत नसला ना पण तू पण आतून टूटत असतो
तूला पण जबाबदारीची जाणीव होत असते
म्हणून जबाबदारीचा भार तू पण उचलत असतो
कसलीही तक्रार न करता स्वःताचा विचार न करता
दुसऱ्यांच्या मनाला काय वाटेल ह्यांचा विचार तू करत असतो
तूझ स्वप्न ,तूझ असण विसरून
दुसऱ्यांच स्वप्न पूर्ण करत असतो
रडावस वाटत असल तरी तूला रडण्यासाठी पण बंधन असत
मन मोकळ करावस वाटत असल तरी मन मारुन जगण हे फक्त तूलाच माहित असत

33. तूला सुध्दा कळायला हव

तूला सुध्दा कळायला हव
माझ तूझ्यात तूझ्या नकळत गुंतण
वेड्या मनाला तूझ ते भासण
तूला सुध्दा कळायला हव
तूझ ते मला छळण
तूझ्या नजरेनच तूझ मला घायाळ करण
तूला सुध्दा कळायला हव
तूझ्या आठवणींनी माझ्या मनात घर करण
रात्री तूझ्या आठवणीसोबत तासंनतास बोलण

मी न सांगताच माझ्या मनाच बोलण
माझ्या सोबती आता तूझ प्रत्येकक्षणी असण
तूला सुध्दा कळायला हव
तू घेतलेला माझ्या मनाचा अंदाज खरच अचूक असण
तूझ्या आणि माझ्या मनाच एकच विचार असण
तूला सुध्दा कळायला हव

तूझ्या मनाच बोलण
तूझ्या वेड्या मनाला सुध्दा कळत
रे तूझ सुध्दा माझ्यात गुंतण

34. एकांत आणि माझ मन

नवीन वाटा , नवीन दिशा
रोजच मला शोधाव्या लागतात
पुस्तकाप्रमाणे आता माणसही
वाचायला लागतात
मन झाल की जवळ
मन भरून झाल की
मला मात्र दूर लोटतात
स्वतःच जीव मात्र दुसऱ्यात
अडकवून जात असतात
त्यांच्यापासून दूर जावस वाटत नसल तरी
त्यांच्याच आनंदासाठी त्यांच्यापासूनच
मला दूर जायचे असते
सोबत हवीशी वाटत असली तरी
वाटेत चालताना एकांतातच
ती वाट मला चालावी लागते

नकळत माणसाच जवळ येण
अवेळी मात्र दूर जाण
नात्यात असलेला विश्वासाच
काही क्षणातच तूटण
मनाच माझ मात्र कठोर बनत जाण

पावसाच मनसोक्त बरसण
आणि घावांच कधीही न थांबण असत
रात्रीची वेळ आणि न
चुकता आठवणीच येणही ठरलेलच असत

मला खेळण समजून
माझ्यासोबतच खेळतात
भावनांसोबत खेळून मन भरल की
माझ्या मनाचेच तुकडे करतात

मला हरवूनही माझ्या
मनात मात्र तेच जिंकतात
माझ्यापासून दूर असूनही
आठवणीत मात्र माझ्याजवळच असतात

www.ingramcontent.com/pod-product-compliance
Lightning Source LLC
LaVergne TN
LVHW092059060526
838201LV00047B/1473